ભારતના મહાપુરુષ

મહારાણા પ્રતાપ

સિમરન

ગુજરાત પુસ્તકાલય સ. સ. મંડળ લિ.
૧૧, ઈલોરા કોમર્શીયલ સેન્ટર, પહેલો માળ, રીલીફ સીનેમા પાછળ.
સવાપસ રોડ, અમદાવાદ–૩૮૦ ૦૦૧
ફોન : ૨૫૫૦ ૬૯૭૩

ડાયમંડ બુક્સ

ISBN : 978-81-288-3859-0

@ પ્રકાશકાધીન

પ્રકાશક	:	ડાયમંડ પૉકેટ બુક્સ (પ્રા.) લિ. X-30, ઓખલા ઇંડસ્ટ્રિયલ એરિયા, ફેઝ-II, નવી દિલ્હી-110020
ફોન	:	011-41611861
ફેક્સ	:	011-41611866
ઇ-મેઇલ	:	sales@dpb.in
વેબસાઇટ	:	www.diamondbook.in
સંસ્કરણ	:	2025
સમ્પાદક	:	એમ.આઈ. રાજસ્વી

MAHARANA PRATAP

By : Simran

વિષય સૂચી

પરિચય

મેવાડ કેસરી મહારાણા પ્રતાપ એક મહાન ભારતીય યોદ્ધા હતા. એમનું નામ એ રાજાઓની યાદીમાં સ્વર્ણાક્ષરોમાં અંકિત છે, જેઓ પોતાના રાષ્ટ્રના માન માટે લડ્યાં. આ મહાન રાજપૂત રાજાએ રાષ્ટ્રના શત્રુની આગળ ઘુંટણો ટેકવાને બદલે પોતાના પ્રાણોનું બલિદાન કરી દેવાને પ્રાથમિકતા આપી. તેઓ મુશ્કેલમાં મુશ્કેલ પરિસ્થિતિઓમાં પણ એક સાચ્ચા યોદ્ધાની જેમ સંઘર્ષરત રહ્યાં.મેવાડના રાજાએ વનોમાં જીવન વિતાવ્યું. એમને પોતાની સુખ-સુવિધાઓની તુલનામાં માતૃભૂમિથી વધારે સ્નેહ હતો.

આ પુસ્તક એ મહાન આત્માના સાહસને એક શ્રદ્ધાંજલિ છે. આ મહાન તથા વીર યોદ્ધાની સ્મૃતિ હંમેશાં પ્રત્યેક ભારતીય હૃદયમાં વિરાજમાન રહેશે.

મેવાડ નરેશ મહારાણા પ્રતાપનું નામ ભારતીય ઈતિહાસમાં દેશભક્તિ, સાહસ, સંઘર્ષ, દઢ સંકલ્પ અને માતૃભૂમિના પ્રત્યે અમર બલિદાનનું પર્યાય છે. મહારાણા

પ્રતાપ મહાન સિસોદિયા પરિવારથી હતા. એમના વંશમાં અનેક મહાન યોદ્ધા થયા; જેમ કે- રાણા સાંગા, બપ્પા રાવલ તેમજ રાણા હમીરા, તેમ છતાં મહારાણાની ઉપાધિ ફક્ત પ્રતાપને જ મળી.

તેઓ એકમાત્ર સિસોદિયાના શાસક હતા, જે મોગલોની આગળ ઝૂક્યાં નહીં. એ વૈભવશાળી યુગની વીતવાની કેટલીય સદીઓ પછી પણ લોકો હલ્દીઘાટીના પ્રસિદ્ધ યુદ્ધનું વર્ણન કરે છે, જેમાં એમણે પોતાની વીરતાથી યુદ્ધ કૌશલનું પ્રદર્શન કર્યું હતું.

અહીંયા એ જ મહાન મેવાડ કેસરીની જીવનગાથા આપવામાં આવી રહી છે. અમે નાના-મુન્ના વાચકોને ભારતીય ઈતિહાસના સુવર્ણકાળથી પરિચિત કરાવવાની આ એક અનોખી રીત શોધી કાઢી છે. અમે ઇચ્છીએ છીએ કે ભારતના મહાપુરુષો તેમજ યોદ્ધાઓની જીવનકથાઓ રોચક અંદાજમાં વાચકો સુધી પહોંચાડવામાં આવે. આ વાર્તા એમને વધારે ઈતિહાસ જાણવા તેમજ વાંચવાની ઉત્સુકતા પ્રદાન કરશે.

હેપ્પી સ્ટોરી રીડિંગ!

એક યશસ્વીનો જન્મ

રાણા ઉદયસિંહ દ્વિતીય મેવાડના શાસક હતા. તેઓ પૂરા રાજસ્થાન તેમજ પાડોશી રાજ્યોમાં પોતાની વીરતા માટે ઓળખાતા હતા. ૯ મે, ૧૫૪૯એ એમની સુંદર રાણી જયવંતબાઈએ કુંભલગઢ કિલ્લામાં એક પુત્રને જન્મ આપ્યો.

રાજા-રાણી પ્રથમ સંતાનના રૂપમાં પુત્રને મેળવીને અત્યંત ખુશ હતા. કુંભલગઢમાં ખૂબ સમારોહ મનાવવામાં આવ્યો. આ સમારોહમાં મેવાડ તેમજ કુંભલગઢ બંનેની જ પ્રજા સામેલ હતી. તેઓ પોતાના રાજ્યના ઉત્તરાધિકારી મેળવીને ખુશ હતા. રાજા ઉદયસિંહે પોતાના પુત્રનું નામ રાખ્યું 'રાણા પ્રતાપ'.

તેઓ પોતાના રાજ્યના ભાવી શાસક મેળવીને ખુશ હતા, જે હંમેશાં મોગલોના આંતકના પડછાયામાં જીવતા હતા. મહારાજને પૂરો વિશ્વાસ હતો કે એમનો પુત્ર માતૃભૂમિના આદર-માનની રક્ષા કરશે.

વીર પ્રતાપનો બાલ્યકાળ

મહારાણા પ્રતાપ એક વીર બાળક હતા. તેઓ બાળપણથી જ સ્વતંત્રતા, વીરતા તેમજ સ્વાભિમાનને મહત્ત્વ આપતા હતા. આ મહાન શાસકના આરંભિક વર્ષ ખૂબ જ સંઘર્ષપૂર્ણ રહ્યાં હતા.

રાણા ઉદયસિંહના ચોવીસ પુત્રોમાંથી સૌથી મોટો હોવાને કારણે પ્રતાપના ખભા પર વધારે જવાબદારીઓ હતી.

રાણા ઉદયસિંહના શાસનકાળમાં અનેક મુશ્કેલીઓ હતી. એમને સતત માતૃભૂમિની આન માટે શત્રુઓથી લડવું પડતું હતું. એનાથી પ્રતાપનું બાળપણ પર અત્યંત અસર પડી. તેઓ બાળપણથી જ વીર તેમજ સાહસી હતા.

મેવાડમાં બધા એમના પ્રશંસક હતા. પ્રજા તેમજ દરબારીઓને પૂરો વિશ્વાસ હતો કે પ્રતાપ મોટા થઈને એક વીર પુરુષ થશે.

બાળપણમાં પ્રતાપ રમત તથા ઘોડેસવારીના અત્યંત શોખીન હતા. એમણે બાલ્યકાળમાં જ અસ્ત્ર-શસ્ત્ર ચલાવવા શીખી લીધા હતા. સામાન્ય શિક્ષા ગ્રહણ કરવામાં એમને વિશેષ રુચિ ન હતી. એમને અસ્ત્ર-શસ્ત્ર જ પસંદ હતા.

જગમાલઃ મેવાડનો ઉત્તરાધિકારી

રાજા ઉદયસિંહની સાત પત્નીઓ હતી. મહારાણા પ્રતાપની માતા, મહારાણી જયવંતબાઈ એમની સૌથી પ્રથમ પત્ની હતી. સાતેય પત્નીઓમાં સૌથી નાની રાણી ધીરબાઈ મટિયાની મહારાજની પ્રિય રાણી હતી. તેઓ એને ક્યારેય નારાજ જોઈ શકતા ન હતા.

મહારાણા પ્રતાપની બહાદુરી તેમજ કૌશલે રાજાનું દિલ જીતી લીધું હતું. મેવાડ અને કુંભલગઢની જનતાને પણ કુમાર પ્રતાપ અત્યંત પ્રિય હતા. આ જોઈને રાણી મટિયાનીને સારું લાગતું ન હતું. તે જાણતી હતી કે પ્રતાપ રાજા ઉદયસિંહની આંખોના દુલારા હતા અને સાચા અર્થોમાં રાજસિંહાસન મેળવવાના હકદાર પણ હતા, પરંતુ

તેઓ ઇચ્છતી હતી કે એમનો પુત્ર જગમાલ સિંહાસન પર બેસે.

મેવાડની પરંપરા અનુસાર ફક્ત મોટો પુત્ર જ રાજકુમાર થતો હતો. રાણી મટિયાની એ પણ જાણતી હતી કે રાજા એનાથી કેટલો લગાવ રાખે છે. આથી એમણે એક ચાલ ચાલી.

એક દિવસે રાણીએ કહ્યું, ''સ્વામી! તમે મને ખુશ કરવા માટે શું કરી શકો છો?''

રાજાએ હસીને કહ્યું, ''મારી વ્હાલી રાણી! તું તો જાણે છે કે હું તારા માટે કંઈ પણ કરી શકું છું. બતાવ, શું ઇચ્છે છે?''

રાણીને ભલો આનાથી સારી તક ક્યાં મળતી. એણે કહ્યું, ''સ્વામી! હું ઇચ્છું છું કે તમે મારા પુત્ર જગમાલને પોતાની રાજગાદીનો ઉત્તરાધિકારી બનાવો.''

રાજા પોતાની રાણીના મોહમાં એવા દીવાના હતા કે તેઓ 'ના' ના કહી શક્યા. એમણે તરત જ સ્વીકૃતિ આપી દીધી. એમણે વાયદો કર્યો, ''પ્રિય! જેવું તમે ઇચ્છો.''

આ પ્રકારે જગમાલ મેવાડનો યુવરાજ બન્યો.

ચિત્તોડ પર અકબરનું આક્રમણ

૧૫૬૭માં સમ્રાટ અકબરે મેવાડની રાજધાની ચિત્તોડ પર હુમલો કરવાની યોજના બનાવી. સમ્રાટના મગજમાં ફક્ત એક જ લક્ષ્ય હતું. તે પૂરા ભારતનો શાસક બનવા ઇચ્છતો હતો. એના માટે જરૂરી હતું કે તે આસ-પાસના બધા રાજ્યો તથા પ્રાંતોને પરાજિત કરીને પોતાના રાજ્યમાં મિલાવી લેતો. ચિત્તોડ પણ એના આ જ સપનાને સાકાર કરવાના રસ્તામાં એક પગલું હતો. એને કોઈ રોકી શકતું ન હતું.

મોગલ સેના વધારે મોટી સંખ્યામાં તેમજ ભયંકર હતી,

પરંતુ રાજપૂતોએ પણ હથિયાર ના નાંખ્યા. તેઓ વિશાળ મોગલ સેનાની સાથે બહાદુરીથી લડ્યાં. યુદ્ધ વર્ષો સુધી ચાલ્યું. ખૂબ જ ખાના-ખરાબી થઈ. આ યુદ્ધમાં એક મહિલાઓ તેમજ બાળકોને પણ પોતાના પ્રાણોની આહુતિ આપવી પડી.

અંતમાં, મોગલ સેના ચિત્તોડનો ઘેરો નાખવામાં સફળ રહી. એમણે એ વિસ્તાર પર અધિકાર કરી લીધો. હવે રાજપૂતાનાના શાસકોની પાસે કોઈ ચારો ન રહ્યો. એક-એક કરીને હથિયાર નાંખી દીધા.

રાજા ઉદયસિંહ અત્યંત સ્વાભિમાની હતા. એમણે પોતાની જનતા તેમજ દેશથી અત્યંત લાગણી હતી. એમણે અકબરની આગળ માથું ઝૂકાવાની ના પાડી દીધી. એમણે નક્કી કર્યું કે તેઓ ગોગુંદા જઈને નવેસરથી સેના બનાવશે. રાણાએ શાસન કરવા માટે એક નવું શહેર વસાવ્યું, જેનું નામ રાણાના જ નામ પર 'ઉદયપુર' રાખવામાં આવ્યું.

રાણા ઉદયસિંહ દ્વિતીયનું મૃત્યુ

પોતાના પરિવાર સહિદ ગોગુંદા ગયા પછી પણ રાણા ઉદયસિંહને મનની શાંતિ ના મળી શકી. તેઓ સમ્રાટ અકબર દ્વારા માતૃભૂમિ પર કરવામાં આવેલા હુમલાનો બદલો લેવા ઈચ્છતા હતા. ઉદયસિંહે શક્તિશાળી મોગલ સેનાથી બાથ ભીડવાની યોજના પણ બનાવી લીધી હતી. એમણે ગોગુંદામાં મેવાડની અસ્થાયી સત્તા સ્થાપિત કરી.

ઉદયસિંહે યુદ્ધ પરિષદ બોલાવડાવી. એમણે પોતાના વીર રાજકુમારોને સેનાના સિપાઈ ઘોષિત કર્યા. ચિત્તોડના કેટલાક વફાદારોને પણ એમણે પોતાના ત્યાં નિયુક્ત કર્યા, જેથી રાજ્યમાં શત્રુઓની ગતિવિધિઓ વિશે જાણ લાગી શકે. રાજાએ ગોગુંદા તેમજ પોતાની નવી રાજધાની ઉદયપુરતી મોગલો વિરુદ્ધ યુદ્ધ કર્યું. જનતા તેમજ સિપાઈઓએ એમની ભરપૂર મદદ કરી. કેટલાય વર્ષો સુધી રાજા પોતાની રાજધાની તેમજ જનતા માટે યુદ્ધ કરતાં રહ્યાં.

પછી ધીમે-ધીમે મહારાજનું સ્વાસ્થ્ય કથળવા લાગ્યું. તેઓ બહુધા પથારી પર પડ્યાં રહેવા લાગ્યા. ૧૫૭૨માં રાણા ઉદયસિંહનું ગોગુંદામાં મૃત્યુ થઈ ગયું. તેઓ રાજકુમાર જગમાલના રૂપમાં રાજ્યનો ઉત્તરાધિકારી છોડી ગયા.

મહારાણા પ્રતાપનો રાજ્યાભિષેક

મહારાણા પ્રતાપ પિતાના મૃત્યુના સમાચાર મેળવીને વ્યાકુળ થઈ ગયા. મૃતકના અંતિમ સંસ્કાર થવાના હતા. પ્રતાપ પણ અંતિમ સંસ્કારમાં સામેલ થવા ઇચ્છતા હતા. એમના આ નિર્ણયે બધા દરબારીઓ તેમજ જનતાને આશ્ચર્યમાં નાખી દીધા.

પ્રતાપ મહારાજના સૌથી મોટા પુત્ર હતા અને જનતાની નજરોમાં રાજસિંહાસનના અસલી દાવેદાર પણ એ જ હતા. રાણા ઉદયસિંહે રાણી મટિયાનીને જે ગુપ્ત વચન આપ્યું હતું, એ તો પરિવારના નજીકના સભ્યોને જ જાણ હતી.

પરંપરા અનુસાર, રાજકુમારને અંતિમ સંસ્કાર માટે જવાની અનુમતિ ના મળી, તેથી પ્રતાપે જગમાલને રોકાવા માટે કહ્યું. દરબારમાં વધારે સમસ્યાઓ હતી. દરબારના શાહી સદસ્યો તેમજ જનતાએ આ નિર્ણયનો વિરોધ કર્યો. તેઓ ઈચ્છતા હતા કે મહારાણા પ્રતાપને રાજા બનાવવામાં આવે.

મંત્રીઓએ જગમાલને પોતાના રાજા માનવાથી ના પાડી દીધી. તેઓ જાણતા હતા કે પ્રતાપમાં એક સારા નેતા બનવાના બધા ગુણ હાજર હતા. રાજકુમાર જગમાલમાં આ બધી ખૂબીઓ ન હતી.

બધા દરબારી મહારાણા પ્રતાપના સમર્થનમાં નારા લગાવવા લાગ્યા. ક્રોધિત જગમાલ મહેલ છોડીને મોગલો સાથે જઈ મળ્યો. એણે સોગંધ લીધી કે તે રાજ્યમાં ક્યારેય પણ પાછો નહીં આવે. આ પ્રકારે મહારાણા પ્રતાપ મેવાડના ૫૪માં શાસક બન્યા.

રાણા ઉદયસિંહના અંતિમ સંસ્કાર બધા પારંપરિક રીતિ-રિવાજોની સાથે સંપન્ન થયો. જનતાએ ગગનભેદી નારાઓથી

પોતાના રાજાની જય-જયકાર કરી - ''રાણા ઉદયસિંહ અમર રહો! મહારાણા અમર રહે!''

મેવાડનો સંઘર્ષશીલ શાસક

મહારાણા પ્રતાપ મેવાડના શાસક બન્યા, પરંતુ આ મહાન શાસકનો શાસનકાળ જાત-જાતની મુશ્કેલીઓ તેમજ સંઘર્ષથી ઘેરાયેલો રહ્યો. પ્રતાપને પોતાની માતૃભૂમિ ચિત્તોડથી અત્યંત લગાવ હતો. તેઓ એને મોગલોના પંજાથી છોડાવવા ઇચ્છતા હતા. તેઓ ફક્ત મેવાડના મહારાણાની ઉપાધિથી જ સંતુષ્ટ ન હતા. એમને વારંવાર એમનો જૂનો કિલ્લો બોલાવતો હતો.

મહારાણા માટે પિતાના મૃત્યુની પીડાને ભુલવી મુશ્કેલ હતી. એમના પિતા આજીવન યુદ્ધ તેમજ સંઘર્ષ છતાં ચિત્તોડ ના જોઈ શક્યા. આ જ વિચાર રાણાને દુઃખ આપતો હતો. હવે એમણે પણ મોગલો સાથે યુદ્ધ કરવાનું નક્કી કરી લીધું હતું.

મહારાણાએ પણ સોગંદ લીધા કે તેઓ આજીવન મોગલો સાથે સંઘર્ષ કરશે. તેઓ એ રાજપૂત તેમજ સિસોદિયા રાજાઓ માટે પણ ચિંતિત હતા, જે એક-એક કરીને મોગલો સામે હથિયાર નાંખતા જઈ રહ્યાં હતા. મોટાભાગના રાજાઓને મોગલોને ત્યાં પોતાની પુત્રીઓ તેમજ બહેનોના લગ્ન કરાવવામાં પણ સંકોચ ન હતો.

મહારાણા આ બધી વાતો પર રોક લગાવવા ઇચ્છતા હતા, ''હું સંકલ્પ લઉં છું કે હું આજીવન ચિત્તોડના માન માટે લડીશ તેમજ અકબરની સામે માથું ઝુકાવવાથી પહેલાં એને કાપવાનું પસંદ કરીશ.'' મહારાણા પ્રતાપે પોતાની સેનાની સામે સંકલ્પ કર્યો.

મેવાડની જનતા મહારાણાના શબ્દોથી દ્રવિત થઈ ગઈ. એમણે પણ સોગંદ લીધા કે તેઓ રાજા તથા માતૃભૂમિની આન માટે પ્રાણ પણ કુરબાન કરી દેશે. આ મોગલ સામ્રાજ્યના વિરુદ્ધ મહારાણા પ્રતાપના શક્તિશાળી વિરોધની એક નવી શરૂઆત હતી.

મેવાડનો સિંહ

મહારાણા પ્રતાપનો શાસનકાળ જાણે કાંટાઓની પથારી હતો. મહારાણા જાણતા હતા કે મેવાડ પર અકબરનો અધિકાર હતો, પરંતુ મેવાડ પર મહારાણાનું જ નિયંત્રણ હતું. મેવાડવાસી એમને ભગવાન માનતા હતા.

જ્યારે પણ મોગલ ફોજો મહારાણાનું મનોબળ તોડવા ઇચ્છતી તો તેઓ કહેતા, ''હું મોગલો સાથે લડીશ. હું મારી પ્રજા માટે યુદ્ધ કરીશ!''

અકબર મહારાણાની આ મહત્ત્વાકાંક્ષા, સાહસ તેમજ વીરતાથી અજાણ હતા. તેઓ હવે મેવાડના સિંહ હતા અને અંત સમય સુધી વીરતાથી લડવા માટે તૈયાર હતા.

મહારાણા પણ જાણતા હતા કે મોગલોને હરાવવા બાળકોની રમત નથી. એમના જ અનેક લોકો શત્રુઓની સાથે મળેલા હતા. મેવાડના રક્ષકે વિચાર્યું કે સેનાને વધારીને જ વિશાળ મોગલ સેનાથી બાથ ભીડી શકાય છે.

તેઓ પોતાની રાજધાની કુંભલગઢ લઈ ગયા. એમણે મેવાડવાસીઓના મનમાં માતૃભૂમિ પ્રત્યે સ્નેહ ઉત્પન્ન કર્યો. જનતા દરેક પ્રકારથી મહારાણાની મદદ માટે તૈયાર હતી. લોકો સુખ-સુવિધાઓ ત્યાગીને માતૃભૂમિ માટે બલિદાન થઈ ગયા.

મહારાણા દ્વારા મોગલોને હરાવવાની યોજના

મોગલ શક્તિશાળી હતા. એમની પાસે ૮૦,૦૦૦થી વધારે સિપાઈઓની ભારે સેના હતી. મહારાણાએ પોતાની પ્રજા તેમજ માતૃભૂમિની રક્ષા માટે કેટલીય ચતુર યોજનાઓ બનાવી. એમણે વિચાર્યું, ''અકબર તેમજ એની સેનાને ભયભીત કરવા માટે મારે કેટલાક કિલ્લાઓ પર અધિકાર કરવો પડશે.''

એમણે પોતાના મંત્રીઓ તેમજ સેનાથી આ વિશે ચર્ચા કરી. થોડા જ દિવસો પછી એમણે ચિત્તોડની નજીક એક

કિલ્લા પર હુમલો કરવાની યોજના બનાવી લીધી. આ હુમલો અકબર માટે એક ચેતવણી હતો. મહારાણા તેમજ એના સાહસી યોદ્ધાઓએ કિલ્લા પર અધિકાર કરી લીધો. આ વિજય પછી મહારાણાને ચિત્તોડના રાજપૂતોથી પણ હાથ મિલાવવાની તક મળી ગઈ.

મહારાણાએ એમને કહ્યું, ''મિત્રો! મારી સાથે મળીને શત્રુનો સામનો કરો. હું તમને જાલિમ મોગલોના હાથથી બચાવીશ. વચન આપો કે શરીરમાં લોહીનું છેલ્લું ટીપું રહેવા સુધી માતૃભૂમિની આન માટે લડશો.''

ચિત્તોડના બધા રાજપૂત આ અભિયાનમાં એમની સાથે થઈ ગયા.

અકબરે ઈચ્છ્યો મહારાણાનો સાથ

અકબર એક ચતુર રાજનીતિજ્ઞ હતો. એને મહારાણાની યોજનાની જાણ થઈ ગઈ હતી. મહારાણાના સાહસ તેમજ દેશપ્રેમને તો બધા જાણતા હતા. ૧૫૭૨માં અકબરે નક્કી

કર્યું કે તે મહારાણા પ્રતાપને મિત્રતાનો સંદેશ મોકલશે. એણે પોતાના કેટલાક કૂટનીતિજ્ઞ મહારાણાને આ સમજાવવા માટે મોકલ્યા કે તેઓ સંધિ પર હસ્તાક્ષર કરી દે, પરંતુ મહારાણા પોતાના નિર્ણયથી ડગ્યા નહીં. જલાલ ખાન કોરચી અકબરના વફાદાર તેમજ વિશ્વાસપાત્ર દરબારીઓમાંથી એક હતો. તે મહારાણાને મળ્યો. રાજપૂત તેમજ સિસોદિયા પોતાની મહેમાનનવાજી માટે ઓળખાતા હતા. મહારાણાએ કોરચી તેમજ એના સાથીઓનું ખૂબ આદર-સન્માન કર્યું, જો કે મહારાણાએ સંધિ કરવાથી ના પાડી દીધી અને તેઓ પાછા ફર્યા.

અંતમાં અકબરને કોઈ ઉપાય ના સૂઝ્યો તો એણે ૧૫૭૩માં પોતાના માનસિંહને મહારાણા પ્રતાપની પાસે મોકલ્યો, જેથી તે સંધિ કરી શકે. તે એક ચતુર કૂટનીતિજ્ઞ હતો. એણે સમ્રાટના આદેશનું પાલન કર્યું. માનસિંહ રાજપૂત હતો. અકબરથી પોતાની બહેન જોધાબાઈના લગ્નથી પહેલાં એના મેવાડ સાથે નજીકના સંબંધ હતા. અકબરને લાગ્યું કે

કોઈ રાજપૂત જ મેવાડના શુભચિંતકને સમજાવી શકતો હતો.

માનસિંહને મહારાણાના દરબારમાં પૂરું માન મળ્યું. એણે કહ્યું કે સમ્રાટ અકબર બધા ધર્મોને આદર આપે છે તેમજ એમણે રાજપૂત રાણીથી પણ લગ્ન કર્યા છે, પરંતુ મહારાણા આ બધું સાંભળવા ઈચ્છતા ન હતા. એમણે માનસિંહને કહ્યું, ''માફ કરો, પણ હું તો પોતાની આઝાદી મળવા સુધી, અંતિમ શ્વાસ સુધી લડતો રહીશ.''

મહારાણાએ માનસિંહના સન્માનમાં ઉદયપુર તળાવ પર ભારે મિજબાનીનું આયોજન કર્યું. માનસિંહને ભોજન પિરસવામાં આવ્યું. મહારાણાએ પેટ દર્દનું બહાનું બનાવીને પોતાના પુત્ર અમરસિંહને મિજબાનીમાં મોકલી દીધો. હકીકતમાં મહારાણા પ્રતાપ મોગલોના દૂત બનીને આવ્યા માનસિંહની સાથે ભોજન કરવા ઈચ્છતા ન હતા. એનાથી માનસિંહ ક્રોધિત થઈ ગયા. તે ખાવાનું ખાધા વગર જ ઊભો થઈ ગયો.

માનસિંહ ગુસ્સાથી બરાડ્યો, ''મેં તો શાંતિ સ્થાપિત કરવાનો પ્રયત્ન કર્યો, પણ તમે લડવા ઇચ્છો છો. હવે તો યુદ્ધના મેદાનમાં જ મુલાકાત થશે.'' માનસિંહે પડકાર આપ્યો.

મહારાણાના એક દરબારીને વધારે ગુસ્સો આવી ગયો. તે પણ ગુસ્સાથી બોલ્યો, ''યુદ્ધમાં તારા જીજા અકબરને સાથે લાવજે. ફક્ત તારી સેના જ અમારાથી લડવા માટે પૂરતી નહીં થાય.''

ક્રોધિત માનસિંહ ત્યાંથી ચાલ્યો ગયો. એણે પણ પોતાના અપમાનનો બદલો લેવાનો નિર્ણય લઈ લીધો.

માનસિંહ અકબરના દરબારમાં પાછો ફર્યો. એણે સમ્રાટને આખી ઘટના સંભળાવી. અકબરને પણ પોતાના સાળાના અપમાન વિશે જાણીને ખરાબ લાગ્યું. અકબરની આખા હિન્દુસ્તાન પર રાજ કરવાની ઇચ્છા તો સૌથી બળવતી હતી, આથી એણે મહારાણાથી સંધિ કરવાના બીજા પણ પ્રસ્તાવ મોકલ્યા, પરંતુ વીર મહારાણા અકબરના બધા પ્રસ્તાવ ઠુકરાવતા રહ્યાં.

હલ્દીઘાટીનું પ્રસિદ્ધ યુદ્ધ

જ્યારે અકબર કોઈ પ્રકારે પણ મહારાણાથી સંધિ ના કરી શક્યો તો એણે યુદ્ધનો માર્ગ અપનાવ્યો. તે મહારાણા પર આક્રમણ કરવાની યોજના બનાવવા લાગ્યો. આ ઉદ્દેશ્ય માટે એક નવી અને શક્તિશાળી સેના તૈયાર કરવામાં આવી.

અકબર ચિત્તોડવાસીઓને મહારાણાના વિરુદ્ધ ભડકાવવા લાગ્યો. આ કામ થોડું મુશ્કેલ હતું, કેમ કે પ્રજા તો પોતાના મહારાણાને પૂજતી હતી. પોતાના ભગવાન માનતી હતી. ૧૫૭૬ના અંતમાં અકબરે મેવાડની વિરુદ્ધ યુદ્ધ છેડી દીધું. એના સાળા માનસિંહને સેનાપતિ બનાવવામાં આવ્યો.

મહારાણા પણ જાણતા હતા કે આ યુદ્ધ એટલું સરળ નહીં હોય. એમના મગજમાં એક યોજના આવી. એમણે બધા દરબારીઓ તેમજ સિપાઈઓને અરાવલીની પહાડીઓમાં જવાનો આદેશ આપ્યો.

મહારાણાનો આ અટપટો સંદેશ સાંભળીને લોકો હેરાન તો થયા, પણ મહારાણાના મનમાં કંઈક બીજું જ ચાલી રહ્યું હતું. તેઓ ઇચ્છતા હતા કે એમની સેના શત્રુ પર ભારે પડી જાય.

પ્રતાપે મેવાડથી ચિત્તોડ જવાવાળા માર્ગ તથા મેદાન નષ્ટ કરી દીધા, જેથી શત્રુને ભોજન, પાણી તેમજ આશરો ના મળી શકે.

પછી મહારાણાએ રાત્રિમાં હુમલાની યોજના બનાવી. મેવાડના પહોળા તેમજ સાંકડા રસ્તાઓ પર એમની સેનાના પહેરા હતા. સિપાઈ મેવાડના સુરક્ષિત મોરચાઓ પર દટેલાં હતા. એમના સુધી પહોંચવું મુશ્કેલ હતું. શત્રુ એમને ૧.૫ માઈલની લાંબી સફર કરીને જ શોધી શકતા હતા. મહારાણાના સાથીઓ સુધી પહોંચવાનો માર્ગ ખૂબ જ સાંકડો હતો. ફક્ત એક માણસ, એ પણ ઘોડા વગર જ; એ રસ્તા પર ચાલી શકતો હતો.

પૂરી ઘાટી મોટા-મોટા પહાડોથી ઢંકાયેલી હતી. ઘાટીના

સાંકડા રસ્તાઓને જીતવા અકબરની સેનાના વશમાં ન હતું. આ બધામાં સાંકડી ઘાટી 'હલ્દીઘાટી' કહેવાતી હતી. અહીંયાની રેતનો રંગ પીળો છે તથા ભારતીય મસાલા 'હળદર' જેવા છે, ત્યારે જ આ સ્થાન 'હલ્દીઘાટી' કહેવાતું હતું.

મહારાણા હલ્દીઘાટીમાં લડવાના પક્ષમાં ન હતા, પરંતુ એમના દરબારીઓએ કહ્યું, ''મહારાણા! અકબરની સેના મેદાનોમાં લડવાનું જાણે છે. તે આ ઘાટીમાં પોતાની આવડત નહીં બતાવી શકે. આપણે એમને અહીં જ હરાવી શકીએ છીએ.'' પ્રતાપ પણ માની ગયા.

ખૂબ પ્રતીક્ષા પછી ૨૧ જૂન, ૧૫૭૬એ બંને સેનાઓ હલ્દીઘાટીના મેદાનમાં આમને-સામને હતી. મોગલ સેનાનું નેતૃત્વ માનસિંહ કરી રહ્યો હતો. મહારાણાની સેનામાં શત્રુ સેનાના મુકાબલે ઓછાં સિપાઈ હતા.

હલ્દીઘાટીનું યુદ્ધ ફક્ત ચાર કલાક ચાલ્યું. આ સવારે આઠ વાગ્યાથી બપોર સુધી ચાલ્યું. બંને પક્ષોએ પોત-પોતાના કૌશલ બતાવ્યા.

ચેતકનું બલિદાન

હલ્દીઘાટી યુદ્ધ દરમિયાન મહારાણા પ્રતાપ ચેતક નામના ઊંચા-શક્તિશાળી ઘોડા પર સવાર હતા. તે મહારાણાનો પ્રિય ઘોડો હતો. તેઓ ક્યારેય કોઈ બીજા ઘોડાની સવારી કરતા ન હતા. ચેતક ખૂબ જ વફાદાર અને બહાદુર હતો. તે મારવાડી નસ્લનો આકર્ષક ઘોડો હતો. એનું ગળું નાનું તેમજ ઘેરા વાળોવાળી લાંબી પૂંછડી હતી. પહોળું ડીલ-ડોલ તેમજ સુડોળ શરીર વગેરે ગુણ એને મહારાણાના યોગ્ય બનાવતા હતા.

પ્રતાપે આખું યુદ્ધ ચેતક પર સવાર થઈને જ લડ્યું. માનસિંહ મોગલ સેનાનો કુશળ સેનાપતિ હતો. પ્રતાપ એને મારવા ઇચ્છતા હતા, જેથી મોગલ સેનાઓનું મનોબળ તૂટી જાય. માનસિંહ એક હાથી પર સવાર હતો. ચેતકે પ્રતાને માનસિંહ સુધી પહોંચવામાં મદદ કરી તેમજ એમણે માનસિંહ પર ભાલો માર્યો, પણ નિશાન ચૂકી ગયું. એ ભાલો ભૂલથી

માનસિંહના મહાવતને લાગ્યો અને તે માર્યો ગયો. આ ટક્કર ચેતક પર પણ ભારે પડી. એના એક પગમાં ઠેસ વાગી ગઈ.

માનસિંહ કોઈ પણ રીતે યુદ્ધભૂમિથી નિકળીને ભાગ્યો. અચાનક પ્રતાપે ખુદને શત્રુઓથી ઘેરાયેલા જોયો. મેવાડના મહારાણા માટે આ મુશ્કેલ ઘડીઓ હતી. એમને પસંદ કરવાનું હતું કે માતૃભૂમિ માટે બલિદાન થઈ જાય કે પ્રજા માટે જીવિત રહે, જે પોતાના રક્ષક વગર અનાથ થઈ જતી.

મહારાણાનો જીવ જોખમમાં જોઈને, એક સાહસી મંત્રી ઝાલામાન આગળ આવ્યો ગયો અને બોલ્યો, ‘‘કૃપા કરીને, પોતાની પ્રાણરક્ષા કરો. મેવાડને તમારી જરૂર છે. અમે તમારા જ હાથોમાં સલામત છીએ.’’

મહારાણા એક કાયરની જેમ ભાગવા ઇચ્છતા ન હતા. ઝાલામાન પણ જાણતો હતો કે મહારાણા જેવા સાહસીને આ વાત માટે તૈયાર કરવા સરળ ન હતા.

કોઈ ઉપાય ના જોઈને એણે મહારાણાનો શાહી ટોપ ઝપટ્યો અને ખુદ પહેરી લીધો. મહારાણાને ત્યાંથી જવું પડ્યું. શાહી ટોપ જોઈને ઝાલામાનને જ પ્રતાપ માની લેવામાં આવ્યા અને મોગલ સેના એમની પાછળ લપકી. મહારાણા પોતાના વફાદાર ચેતક પર સવાર થઈને નિકળી ગયા.

ચેતક યુદ્ધમાં ગંભીર રૂપથી ઘાયલ થઈ ગયો હતો, પણ એણે હિમ્મત ના હારી. તે બે માઈલ સુધી પોતાના માલિકને સહી-સલામત લઈ ગયો. જલ્દી જ તેઓ બલિયાં ગામ સુધી જઈ પહોંચ્યા.

બહાદુર ચેતકે એક છલાંગમાં નાળું પાર કરવા ઇચ્છ્યું. પગની ઠેસ ગંભીર હતી. નાળું પાર કરતાં જ એના પ્રાણ નિકળી ગયા. એના મૃત્યુથી મહારાણા દુ:ખી થઈ ઊઠ્યાં. તેઓ ફૂટી-ફૂટીને રોઈ પડ્યાં, ''ઓહ! મારા વ્હાલા ચેતક! મેં તને ગુમાવી દીધો.''

પ્રતાપને ચેતક અત્યંત વ્હાલો હતો. એ તો જાણે હવાથી

વાતો કરતો હતો. ચેતક એક બહાદુર, અનુશાસિત અને વફાદાર ઘોડો હતો. મહારાણા પ્રતાપ અને એમના ચેતક પર કેટલાય સુંદર મારવાડી ગીતો તેમજ કવિતાઓ લખવામાં આવી છે. એક વખત મહારાણા ઘોર જંગલમાં જઈ રહ્યાં હતા. અચાનક નદી સામે આવી ગઈ. પ્રતાપ ચિંતિત હતા. તેઓ વિચારી રહ્યાં હતા, 'સામે નદી પડી અપાર, ચેતક કેવી રીતે ઉતરે પાર?''

હજુ મહારાણા વિચારી રહ્યાં હતા કે ચેતક એ પાર હતો. તે હકીકતમાં એટલો વીર તથા યોગ્ય ઘોડો હતો. ફક્ત મહારાણા જેવા વીર જ એની સેવાઓ મેળવવાના અધિકારી હતા.

મહારાણા ચેતકના મૃત્યુથી ખૂબ દુઃખી થયા. એમણે પ્રિય ચેતકની યાદમાં એક સુંદર તથા ભવ્ય સ્મારક બનાવીને એને શ્રદ્ધાંજલિ આપી.

ચેતકનું એ સ્મારક આજે પણ ઝાટોલ ગામમાં જોઈ શકાય છે.

મહારાણાનું બચી નિકળવું

પોતાના સાહસી તેમજ પ્રિય ચેતકના મૃત્યુથી મહારાણા તૂટી ગયા હતા, પણ તેઓ જાણતા હતા કે પોતાના મિશનને વચ્ચે જ નથી છોડી શકાતું. તેઓ પોતાના રાજ્ય તેમજ પ્રજા માટે યુદ્ધ કરવા ઇચ્છતા હતા. તેઓ ચેતકના બલિદાનને વ્યર્થ જવા દેવા ઇચ્છતા ન હતા. પ્રતાપ અકબરથી પોતાનું રાજ્ય પાછું તેમજ કોઈ પણ કિંમત પર પોતાની પ્રજાની મુક્તિ માટે દૃઢ સંકલ્પ હતા.

મહારાણા જાણી ગયા કે એ સમયે એમનું ત્યાંથી નિકળવું કેટલું જરૂરી હતું. એમણે નક્કી કર્યું કે તેઓ કોઈ સુદૂર સ્થાન પર જઈને મોગલો વિરુદ્ધ સેના બનાવશે. બદનસીબે બે સૈનિકોને જાણ થઈ ગઈ કે મહારાણા ચેતકની સાથે યુદ્ધભૂમિથી ચાલ્યા ગયા હતા. તેઓ તુર્કી સિપાઈ હતા. એમણે મહારાણાનો પીછો કર્યો. ચેતકના મરતાં જ એમને મહારાણા મળી ગયા તેમજ એમણે હુમલો કરી દીધો.

પ્રતાપના નાના ભાઈ શક્તિસિંહે એ સૈનિકોને મહારાણાની પાછળ જતાં જોઈ લીધા હતા. શક્તિસિંહ ઘણા પહેલા જ અકબરની સામે હથિયાર નાંખી ચુક્યો હતો. એણે પોતાના પિતા ઉદયસિંહના શાસનકાળમાં જ અકબરની સેવામાં જવાનો નિર્ણય લઈ લીધો, પરંતુ હવે એનો ભાઈ સંકટમાં હતો. એનો જીવન પણ જઈ શકતો હતો. એણે ખુદથી કહ્યું, 'હું મારા ભાઈને મરતા કેવી રીતે જોઈ શકું છું? મારે એની મદદ કરવી જોઈએ.'

તે પણ એ મોગલ સિપાઈઓની પાછળ ગયો તેમજ સંઘર્ષ દરમિયાન એમને મારી નાંખ્યા.

મહારાણા પ્રતાપ શક્તિસિંહના આ વ્યવહારથી ચકિત હતા.

શક્તિસિંહે કહ્યું, ''કૃપા કરીને, મને માફ કરો, મોટા ભાઈ!'' દયાળુ મહારાણાએ ભાઈને માફ કરી દીધો તેમજ ગળે લગાવી લીધો.

શક્તિસિંહે મહારાણાને પોતાનો ઘોડો આપીને કહ્યું, ‘‘મહારાણા! તમે આ ઘોડો લઈને કોઈ સુરક્ષિત સ્થાન તરફ પ્રસ્થાન કરો. હું અહીંયા બધું સંભાળી લઈશ.’’

મહારાણા એના ઘોડા પર સવાર થઈને કોચારી નિકળી ગયા. ત્યાં એમણે ઘાયલોની ચિકિત્સાની વ્યવસ્થામાં થોડો સમય વિતાવ્યો તેમજ અંતે ગોગુંદાના રસ્તાથી મજહેડા જઈ પહોંચ્યા.

આ દરમિયાન શક્તિસિંહ મોગલ સેનામાં પાછો ફર્યો તેમજ એણે સમજાવી દીધું કે એ કશું ના કરી શક્યો. એણે અકબરને કહ્યું કે પ્રતાપના સૈનિકોએ એને ઘાયલ કરી દીધો હતો.

એણે એ પણ કહ્યું કે સિપાઈઓએ એના ઘોડાને પણ મારી નાંખ્યો હતો. મોગલ સમ્રાટની પાસે શક્તિસિંહ વિરુદ્ધ કોઈ સબૂત ન હતા, આથી એને છોડી દેવામાં આવ્યો.

મહારાણાની સેના તેમજ ભીલ

મજહેડામાં, મહારાણાની મુલાકાત ભીલો સાથે થઈ. તેઓ એ પ્રાંતની સ્થાનીય જન-જાતિઓ હતી. એમણે પ્રતાપને ભોજન તેમજ અન્ય જરૂરી સામાન આપ્યો. જ્યારે ભીલ નેતાને પ્રતાપના મિશનની જાણ થઈ તો એણે પણ મદદ કરવાની ઇચ્છા પ્રગટ કરી.

મહારાણા ભીલ સરદારની ઇચ્છા જાણીને ખુશ થયા અને બોલ્યા, ''આપણે અકબરની વિરુદ્ધ એક મોટી સેના ઉભી કરવી પડશે.''

ભીલ સરદાર ઉત્સાહિત થઈને બોલ્યો, ''મહારાણા! તમે ચિંતા ના કરો. હું પોતાના બધા કબીલાવાસીઓને એક્ઠાં કરી લઈશ.''

મહારાણાએ સમય નષ્ટ ના કર્યો. એમણે ભીલની સેનાની સાથે ઝડપથી ગોગુંદા પર હુમલો કરી દીધો. આ યુદ્ધ એમના જીવનમાં એક નવો વળાંક હતો. શક્તિશાળી મોગલ સેના

વિરુદ્ધ સફળતા મળતા વાર ના લાગી.

એમણે ૨૩ જૂન, ૧૫૭૬એ ભીલ સેનાની મદદથી ગોગુંદા પર કબ્જો કરી લીધો. મોગલ સેનાને ભારે નુકસાન થયું. હવે આખું ગોગુંદા મહારાજાની પાસે હતું. અહીંયા પણ એમણે વિદ્રોહની નીતિ અપનાવી. પ્રજાએ મોગલોની વાવણી, અનાજ તેમજ કોઈ પણ પ્રકારની મદદ આપવાની ના પાડી દીધી.

અકબર પણ શાંત ના બેસી શક્યો. તે મહારાણાની કાર્યવાહીઓ પર રોક લગાવવા ઇચ્છતો હતો. લાખ ઇચ્છવા છતાં પણ તે ફરીથી ગોગુંદાને પ્રાપ્ત ના કરી શક્યો.

મહારાણાએ પોતાની વીરતાથી ફરી ગોગુંદા તેમજ ઉદયપુરને પ્રાપ્ત કરી લીધું હતું. જલ્દી જ તેઓ પોતાની રાજધાનીને પોતાના જન્મસ્થાન કુંભલગઢની પહાડીઓમાં લઈ ગયા.

મહારાણાનો અકબર વિરુદ્ધ વિદ્રોહ

મહારાણાએ કુંભલગઢમાં અકબર દ્વારા કરવામાં આવેલા નુકસાનને ભરવાનો પ્રયત્ન કર્યો. એમણે આ કાર્યમાં આમ જનતાની મદદ લીધી. કુંભલગઢની પ્રજા મહારાણાની દેશભક્તિ તેમજ સેવાભાવનાથી અત્યંત પ્રભાવિત થઈ. પ્રજાએ એમને આશ્વાસન આપ્યું કે તેઓ મહારાણા તથા પોતાની માતૃભૂમિની આન માટે પ્રાણોની બાજી લગાવી દેશે.

મહારાણાને કારણે અકબરની સેનાઓનું ત્યાં ટકવું મુશ્કેલ થઈ ગયું. લોકોને ખેતી ન કરવાનો આદેશ હતો. ખેતો સુધી જવાવાળા રસ્તા નષ્ટ કરી દેવામાં આવ્યા, જેથી મોગલો સુધી કોઈ સામાન ના જઈ શકે. આ આદેશને ન માનવાની સજા મોત હતી.

એક દિવસ એક સંદેશવાહક સંદેશ લાવ્યો, ''મહારાજ! આ માણસ તમારો આદેશ ન માનીને ખેતરમાં હળ ચલાવી રહ્યો હતો.''

મહારાણાએ પૂછ્યું, ''તેં મારો હુકમ કેમ ના માન્યો?''

''જી, મને મોગલ સમ્રાટે આદેશ આપ્યો હતો.''

પ્રતાપ ગુસ્સાથી બોલ્યા, ''હું મેવાડનો રાજા છું. મેં હળ ન ચલાવવાનો આદેશ આપ્યો હતો. તું મારા શત્રુની મદદ કરે છે.''

ખેડૂતની પાસે કહેવા માટે કશું ન હતું. અંતમાં મહારાણાએ એને દેશદ્રોહી કરાર આપીને મૃત્યુદંડની સજા આપી. બીજા દિવસે એનું માથું કલમ કરી દેવામાં આવ્યું.

પ્રતાપે માતૃભૂમિની રક્ષા માટે આ એક મહત્ત્વપૂર્ણ પગલું ઉઠાવ્યું હતું. તેઓ મોગલ સામ્રાજ્યની વિરુદ્ધ યુદ્ધની ઘોષણા કરવા ઇચ્છતા હતા.

અકબર ખરાબ રીતે ચિઢાઈ ગયો તેમજ બદલો લેવાનું નક્કી કરી લીધું. એણે પોતાના સેનાપતિ શાહબાજ ખાનને ઉદયપુર, કુંભલગઢ તેમજ બીજા સ્થાનો પર કબ્જો કરવા મોકલ્યો, જ્યાં મહારાણા મળી શકતા હતા.

શાહબાજ ખાને આદેશ માનવામાં મોડું ના કર્યું અને જલ્દી જ કેટલીક યોજનાઓ બનાવી લીધી. એણે થોડા જ સમયમાં ઉદયપુર, કુંભલગઢ, કેલવાડા, નાદાલૂ તેમજ એની આસ-પાસના વિસ્તારો પર અધિકાર કરી લીધો.

ભામાશાહનો આર્થિક સહયોગ

અકબરની સેવામાં લાગ્યા રહેવાની, શાહબાજની મહત્ત્વાકાંક્ષા મહારાણા પર ભારે પડી. એમને એક વનમાં આશરો લેવો પડ્યો. આ મહારાણા માટે સંઘર્ષનો સમય હતો. એમની પાસે મોગલો વિરુદ્ધ સેના કરવા માટે એક પાઈ પણ ન હતી.

તેઓ વનમાં સાદગીથી રહેતા હતા. એમણે બધા પ્રકારની સુખ-સુવિધાઓનો ત્યાગ કરી દીધો હતો. અકબરના શાસનથી મુક્તિ થાય, આ જ હવે એમના જીવનનું એકમાત્ર લક્ષ્ય રહી ગયું હતું. તેઓ મેવાડને ફરી મેળવવા ઇચ્છતા હતા.

મહારાણા પ્રતાપ લક્ષ્ય પ્રત્યે પૂરી રીતે કેન્દ્રિત હતા. પોતાની પાસે નાણાંકીય સમર્થન ના હોવા પર પણ એમણે હિમ્મત ના હારી. મહારાણા જેવા સાચ્ચા દેશભક્તની પાસે પોતાના શત્રુથી લડવા માટે પર્યાપ્ત મનોબળ તેમજ સાહસ હતું.

ધનનો અભાવ એક મોટી સમસ્યા હતી. કેટલાય મહીના સુધી એમના પરિવારે જંગલમાં છોડના પાંદડા તેમજ બોર ખાઈને ગુજારો કર્યો. પ્રતાપ જમીન પર સૂતા તેમજ પત્તલોમાં ખાવાનું ખાતા. એ મહાન રાજાએ પ્રજાના સુખ માટે પોતાનું સુખ ત્યાગી દીધું હતું. તે એમના જીવનમાં વિષમ સંકટની ઘડીઓ હતી.

જંગલનો આ સંઘર્ષ કેટલાય મહીના સુધી ચાલ્યો, પરંતુ તેઓ હંમેશાં દેશ તેમજ પ્રજા વિશે વિચારતા હતા. એમના અનેક શુભચિંતક હતા. એમાંથી એક હતો 'ભામાશાહ'. તે પ્રતાપના મંત્રીઓમાંથી હતો.

ભામાશાહે પ્રતાપને પચ્ચીસ હજાર અશર્ફિઓ તેમજ બે લાખ પચ્ચીસ હજાર રૂપિયા આપીને મદદ કરી. પ્રતાપ

પોતાના લોકોથી મદદ લેવા ઈચ્છતા ન હતા. તેઓ બોલ્યા, ''નહીં ભામાશાહ! હું તારું ધન નથી લઈ શકતો.''

''મહારાજ! રાષ્ટ્ર જોખમમાં છે. આપણે મળીને મોગલોનો સામનો કરવો જોઈએ.'' આ શબ્દોએ મહારાણાના દિલને સ્પર્શી લીધું. એમણે ભામાશાહનું ધન રાખી લીધું અને એક વિશાળ સેના બનાવી.

ભામાશાહ એક સાચ્ચો દેશભક્ત હતો. તે મહારાણાના વફાદાર તેમજ વિશ્વાસપાત્ર મંત્રીઓમાંથી હતો. ચિત્તોડ તેમજ મેવાડવાસી આજે પણ એની દેશભક્તિ તેમજ મહારાણાના પ્રત્યે પ્રેમના ગુણગાન કરે છે.

મહારાણાનો મોગલો વિરુદ્ધ સંઘર્ષ

મહારાણા પ્રતાપ સતત પોતાના દેશ તેમજ દેશવાસીઓ માટે સંઘર્ષ કરતાં રહ્યાં. એમણે મોગલો વિરુદ્ધ એક મોટી શક્તિશાળી સેના તૈયાર કરી લીધી, પછી એમણે દીવર, હમીરસારા, જાવર, બાગડ તેમજ ચાવંદ પર કબ્જો કરી

લીધો. આખું મેવાડ મહારાણાની સાથે હતું. તેઓ આખા મેવાડ પર નિયંત્રણ મેળવવામાં સફળ રહ્યાં હતા.

સમ્રાટ અકબરને પ્રતાપની ગતિવિધિઓની જાણ હતી. એણે શાહબાજ ખાનને મેવાડ મોકલ્યો. તે મહારાણાના આ વિદ્રોહને કુચળવા ઈચ્છતો હતો. મહારાણા અકબરના આ પગલાંથી ના ગભરાયા. તેઓ સતત પોતાના રાજ્ય માટે લડતાં રહ્યાં. અંતમાં અકબરને અહેસાસ થયો કે મહારાણા ક્યારેય હથિયાર નહીં નાંખે. એણે મેવાડ પર કાબૂ મેળવવાનું સપનું જોવાનું જ છોડી દીધું. તે બીજા રાજ્યોને હડપ કરતો રહ્યો.

૧૫૫૮ સુધી મહારાજા આખા મેવાડી ક્ષેત્ર પર કબ્જો મેળવવામાં સફળ રહ્યાં. એમણે પોતાની વીરતાના બળ પર ઉદયપુર, ગોગુંદા, મંડલ તેમજ અન્ય કેટલાય રાજ્યો પર અધિકાર કર્યો.

એના પછી એમણે પોતાના રાજ્યની એક નવી રાજધાની બનાવી. એનું નામ ચાવંદ રાખવામાં આવ્યું. તે સ્થાન ઘેરા

પહાડો તથા પર્વતોથી ઢંકાયેલું હતું, જેનાથી સુરક્ષામાં મદદ મળતી હતી.

આ મહારાણા પ્રતાપના શાસનકાળનો પ્રસન્નતાપૂર્ણ સમય હતો. આ સમયમાં એમણે અનેક સુંદર તેમજ ભવ્ય મહેલ બનાવડાવ્યા. એમની કલાકારી જોવા જેવી હતી.

મેવાડવાસી અત્યંત ખુશ હતા. હવે એમને કોઈ ભય ન હતો. શાસન મહારાણાના હાથમાં હતું. પ્રજા જાણતી હતી કે હવે તેઓ મોગલોથી સુરક્ષિત હતા. મેવાડવાસી સાચ્ચા દેશભક્ત હતા. એમણે આજીવન મેવાડ તેમજ મહારાણાનો સાથ આપવાનો સંકલ્પ લીધો.

મહારાણાનું પરલોક ગમન

વૃદ્ધાવસ્થા પણ મહારાણાની વીરતા તેમજ દેશભક્તિની ભાવનાને પ્રભાવિત ના કરી શખી. તેઓ સક્રિયતાથી રાજ-કાર્ય ચલાવતા રહ્યાં તથા પ્રજાના કલ્યાણનું ધ્યાન રાખતા હતા.

એક દિવસ તેઓ વનમાં શિકાર રમવા ગયા. અચાનક એમને ઠેસ વાગી ગઈ. એક પગમાં જખમ થઈ ગયું. એ જ એમના માટે પ્રાણઘાતક રહ્યું અને તેઓ ગંભીર રૂપથી બીમાર પડી ગયા.

થોડા દિવસો સુધી પથારી પર રહ્યાં. વૈધ કશું ના કરી શક્યા. એમનું શરીર સતત નબળું થતું જઈ રહ્યું હતું. પોતાનો અંત નજીક જાણીને એમણે મોટા પુત્ર અમરસિંહને બોલાવીને કહ્યું, ''પ્રિય પુત્ર! તું મારો ઉત્તરાધિકારી છે!''

અમરસિંહની આંખોમાંથી આંસૂ વહી નિકળ્યાં.

મહારાજાએ કહ્યું, ''પુત્ર! મને વચન આ કે તું હંમેશાં મોગલોથી મેવાડની રક્ષા કરીશ.''

અમરસિંહે કહ્યું, ''પિતાજી! હું તમને વચન આપું છું.''

એના છી ૧૯ જાન્યુઆરી, ૧૫૯૭ના રોજ મહારાણા પ્રતાપ સ્વર્ગ સીધારી ગયા.

■■